Safari ya Kombamwiko

Hadithi za Kikwetu

na vinginevyo...vinginevyo vingi

Safari ya Kombamwiko

Emmanuel Kariuki

PHOENIX PUBLISHERS, NAIROBI

Kimetolewa mara ya kwanza mnamo 1999 na
Phoenix Publishers Ltd.,
Grain Belt Industrial Park,
Sukari Industrial Estate,
Off Thika Rd., Behind Clay works,
S. L. P. 30474 - 00100,
Nairobi.

ISBN 9966 47 225 8

Kimenakiliwa tena 2001, 2003, 2005, 2006, 2007, 2009, 2011,
2013, 2016, 2021

Yaliyomo

Rafiki ya Kombamwiko

Hapo zamani, paliondokea Kombamwiko bin Mende. Aliishi na wazazi wake, Bwana na Bibi Mende, katika mtaa wa Vichakani.

Maisha yao Vichakani yalikuwa hayana kazi nyingi sana. Wakiamka asubuhi, kama kawaida, walinawa uso kwa kutumia umande uliopatikana kwa wingi wakati wa alfajiri. Baadaye walikula majani na matawi ya miti.

Ilipofika adhuhuri, jua liliwachoma migongo. Kwa hivyo jamaa hii ya Mende ililazimika kujificha chini ya matawi, kwenye magome na hata chini ya mawe. Wakati huo walikuwa wakila mayai ya sisimizi na hata wadudu wengine, kama vile nyungunyungu na mchwa. Ama kweli, si maisha mazuri hayo basi?

Jioni, Bibi Mende aliiandalia jamaa yake uyoga na asali, huku wakisikiliza hadithi tamu za kale; za kweli na za kutunga vilevile, kwani Mzee Mende hutangulia hadithi zake zote kwa kusema, 'Hapo zamani za kale.' Lakini ni kale ipi hiyo na hali maisha ya mende ni majuma kadhaa tu?

Kombamwiko alikutana na kijana mmoja wa mtaa wa Mashimoni, aliyeitwa Faragano bin Planeta.

Kabla ya kukutana na Faragano, Kombamwiko alikuwa akiridhishwa na maisha ya kwao, Vichakani. Faragano, kwa upande wake, maisha ya Mashimoni yalikuwa yamemchosha kabisa.

"Mashimoni joto jingi, ndugu yangu," Faragano alimwambia Kombamwiko.

"Na giza la Mashimoni nakwambia, heri usiku wa manane. Hata huwezi kuliona pua lako mwenyewe," aliongeza kusema Faragano.

Kusikia hivyo, Kombamwiko alishangaa sana. Kisha akamwuliza Faragano,

"Mbona usihamie kwetu, Vichakani, basi?"

Siku zote zile, Kombamwiko alikuwa akidhani kuwa labda maisha ya Mashimoni yalikuwa bora kuliko ya kwao, Vichakani. Alishangaa sana kumsikia Faragano akiyadharau maisha ya Mashimoni.

Kwa vile Faragano alikuwa anayafahamu vyema maisha ya Vichakani, alimjibu Kombamwiko kwa kusema,

"He! Wasemaje? Mimi nihamie Vichakani kulowa umande, tena chakula chenyewe mayai ya sisimizi? La hasha, ndugu yangu. Afadhali kwetu Mashimoni. Ijapokuwa joto liko jingi, lakini sisi hula viazi na mihogo. Hivi ni vyakula bora zaidi kuliko mayai ya sisimizi na uyoga," aliendelea kusema Faragano.

Mbali na kufahamu maisha ya kwao Mashimoni na Vichakani, Faragano pia alikuwa anafahamu maisha ya sehemu mbalimbali ambazo alikuwa ameshazitembelea.

"Ukitaka maisha mazuri, ndugu yangu," Faragano alimwambia Kombamwiko, huku amemshika bega, "hamia mjini."

Kombamwiko aliposikia maneno hayo, alikodoa macho, akitaka afafanuliwe zaidi habari za maisha ya mjini. Alikuwa na habari kidogo sana kuhusu maisha ya mjini.

"Faragano," Kombamwiko alimaka, baada ya muda mfupi, "Nieleze zaidi kuhusu maisha ya mjini."

"Mjini, rafiki yangu, kistaftahi ni tone la chai. Hawa binadamu wanapomimina chai kwenye vyombo ni lazima matone kadhaa yamwagike chini. Matone haya ni ya kutunufaisha sisi kina mende. Wanapokata mkate, chembelele humwagika. Wanapokaanga nyama ya ng'ombe kwa vitunguu, chumvi na viungo mbalimbali, ni lazima kiasi kidogo kimwagike, kwa manufaa yetu sisi kina mende."

Faragano aliendelea kumwambia rafiki yake Kombamwiko, habari za kusisimua kuhusu jinsi maisha yalivyo bora huko mjini.

Kombamwiko kusikia habari zile, alizidi kukodoa macho kwa tamaa na alishikwa na mshangao wa uzembe.

"Wee! twafanyaje Vichakani na Mashimoni, ikiwa maisha ni mazuri hivyo mjini?" Kombamwiko aliuliza huku akimeza mate na kurambaramba midomo kwa tamaa ya viburudisho vya mjini.

"Kule mjini, usiku unapoingia si lazima kulala," Faragano aliendelea na maelezo yake.

"Utakuwa ukifanya nini usiku, kama hutalala?" Kombamwiko aliuliza kwa mshangao. Ilikuwa ni kawaida kwa jamii za mende wa Vichakani na Mashimoni kulala usiku ulipoingia. Bila mwangaza wa jua, mende hawangeweza kuona vyakula vyao sawasawa.

"Usiku unapoingia, utaendelea kula tu, ugali na mchicha, wali na kuku, vitumbua...," Faragano aliendelea kumwambia rafiki yake.

"Achia hapo, bwana," Kombamwiko alisema kwa sauti kubwa. Mate yalimtiririka kama mfereji kwa tamaa kali aliyokuwa nayo.

Mara fikira zikamjia Kombamwiko; akadhani kuwa rafiki yake, Faragano, pengine alikuwa akimchezea shere tu kwa kumpasha habari ambazo hazikuwa za kweli. Akaona labda rafiki yake anamfanyia mzaha tu na kumtia tamaa ya bure. Mara moja Kombamwiko alikasirika.

"Huo ni uongo mtupu," alisema Kombamwiko.

"Usiku unapoingia, utawezaje kukiona chakula? Unanidanganya tu," alidai Kombamwiko.

"Wacha uzembe," alisema Faragano, bila kushangazwa na madai ya Kombamwiko.

"Wewe stima huijui, wala hujaiona. Hawa binadamu huwasha taa ya kipekee duniani iitwayo stima. Stima iwashwapo, usiku huwa hakuna tofauti na mchana. Kazi yako Kombamwiko itakuwa ni kula tu. Kula tu, kula tu."

Kombamwiko alifikiria jambo hilo kwa muda, kisha akauliza,

"Je, una nia yoyote ya kuhamia mjini?"

"Nia? Kesho nitakwenda mjini," Faragano alijibu haraka.

Kombamwiko aliwaza kidogo, kisha akauliza kwa tashwishi,

"Hebu nieleze, Faragano. Haya yote umeyajuaje?"

Faragano alianza kwa msemo usemao, *Mtamba kule, anamshinda mzee wa kale.* Kisha akamweleza Kombamwiko vile alivyochokeshwa na maisha ya Vichakani na Mashimoni. Hasa joto la Mashimoni lilimkera roho sana hata akaona kwamba hawezi kuvumilia zaidi.

"Mimi joto la Mashimoni silitaki tena. Kwa kawaida, wengine wakienda kulala, mimi hufunga safari ya kwenda mjini, ambako humaliza majuma mawili au matatu kabla ya kurudi hapa," Faragano aliendelea kumweleza Kombamwiko, ambaye alisikiliza kwa hamu kubwa sana.

"Lakini safari ya kesho ni ya mwisho, kwa sababu hapa Mashimoni sitarudi kamwe." Faragano alimwambia Kombamwiko kuwa vizee na wazazi wao ndiwo wanaopaswa kubaki Mashimoni na Vichakani.

"Kama unataka kuerevuka, utanifuata mjini," Faragano alisema kwa kumalizia.

"Hebu nikuulize swali moja," Kombamwiko alisema, kama kwamba jawabu hilo ndilo litakalomsaidia kukata shauri: amfuate mjini au la?

"Uliza haraka kwa sababu nataka kwenda kupanga vitu vyangu na kuwaaga jamaa."

"Nataka kujua kama hawa majini, binadamu, kamwe hawawezi kuwadhuru mende?" Kombamwiko aliuliza.

"Fikiria, ndugu yangu," Faragano alisema. "Kama wewe ungelikuwa binadamu, na vyakula nilivyokutajia unavyo, utamtakia nini Kombamwiko bin Mende?" Faragano alipomaliza kutamka maneno hayo, aliondoka moja kwa moja na kumwacha Kombamwiko ameduwaa.

Kombamwiko alimfuata na kumsihi Faragano ajitahidi sana kuona ya kwamba urafiki wao utakuwa wa kudumu.

Alimuahidi vilevile ya kwamba ataandamana naye katika safari ya kwenda mjini.

Safari ilipangwa, ikapangika. Faragano alitangulia kwenda kwao baada ya kuahidiana na Kombamwiko kuwa amfuate baada ya kuwaaga wazazi wake. Safari hiyo ilipangwa kuanzia nyumbani kwa jamaa ya Faragano.

2

Vichakani, kwa Kombamwiko

Siku hiyo, Kombamwiko aliingia tunduni walimoishi katika gome la gogo. Alikaa kitako, bila kuzungumza na mtu.

"Kombamwiko wee, hata shikamoo leo huna?" aliulizwa na mama yake.

"Shikamoo, Mama," alisema Kombamwiko, bila furaha.

"Marahaba, Mwanangu," alimjibu mamake.

"Una nini leo, Mwanangu?" aliuliza Mzee Mende.

"Mimi shikamoo hizi za kila siku zanichosha," Kombamwiko alimjibu.

"Ah! wamsikia mwanao?" alishtuka Mzee Mende, maana tangu wamzae mwana huyu, hawajawahi kusikia akitoa tamko kama hilo.

"Hebu rudia, Mwanangu," Bi. Mende alimwambia mwanae kwa mshangao alipoyasikia aliyoyanena Kombamwiko.

"Huyu mwana nadhani ana matatizo fulani," alisema Mzee Mende kwa masikitiko, huku akitikisa kichwa.

"Sisi tu wazazi wako, sio?" Bi. Mende alimwuliza mwanae.

"Naam, Mama," alijibu Kombamwiko.

"Mwanangu, basi tueleze shida uliyonayo, ili tukusaidie, au sivyo?"

Kombamwiko alisita kidogo, kisha akasema,

"Ndiyo, Mama."

"Haya tueleze, Mwanangu," alisema Mzee Mende kwa hamu kubwa.

"Mimi nimechoka na haya maisha ya Vichakani," alisema Kombamwiko bila kuogopa.

"He!" alishtuka tena Mzee Mende, "Wamsikia mwanao?"

"Mwache aendelee," Bi. Mende alimwambia mumewe.

"Ee, nimechoka," Kombamwiko aliendelea kusema. "Nimechoka kunywa umande mie. Nimechoka na kulowa miguu kila kunyeshapo. Tena haya mayai ya sisimizi sitayala tena maishani mwangu. Hiki sio chakula chenye maendeleo hata kidogo."

Bwana na Bibi Mende walikaa kimya kwa muda kidogo. Bi. Mende aliamini kuwa mwanae bila shaka amepatwa na wazimu. Hata hivyo, aliona kuwa wazimu huu ulimshika mwanae jana. 'Juzi Kombamwiko alionekana mwenye akili timamu,' Bi. Mende, alifikiria.

Mzee Mende, kwa upande wake, alishikwa na bumbuazi. Alijaribu kusimama, akashindwa. Akajaribu kusema, maneno yakakatalia kooni kwa sababu ya ghadhabu aliyokuwa nayo. Alipopata nafuu kidogo, alipumua kwa vishindo, akamshika mwanae kooni na kumwuliza,

"Wewe nani, wewe?"

"Mwanao," alijibu Kombamwiko kwa shida.

"Mzee, mwache, hajui analosema. Tafadhali usimwumize," Bi. Mende alimsihi mumewe. Mzee Mende alimwachilia mwanae na kumwangalia kwa macho makali. Aliudhishwa sana na yale maneno ya mwanae.

Mzee Mende, ijapokuwa kwa hasira, alimweleza Kombamwiko jinsi jamaa ya mende wa Vichakani ilivyokuwa imejinufaisha na vyakula hivyo tangu mwanzo wa dunia. Babu yake na babu wa Kombamwiko, walilelewa kwa vyakula hivyo hivyo; wala hawakupatwa na madhara yoyote kwa kula vyakula hivyo. Ndio sababu jamaa ya mende ikakua, ikaenea na kusambaa kwote. Mende wengine wako Mashimoni. Wengine Milimani, wote asili yao ni Vichakani.

"Fahamu kuwa mimi hula hayo hayo mayai ya sisimizi, tena ninayapenda sana. Na wewe umelelewa kwa hayo hayo mayai ya sisimizi. Mjinga wa mwisho!"

Lakini Kombamwiko hakujali yote hayo aliyoshauriwa na babake. Aliendelea kusisitiza yale aliyokuwa ameishawaelezea na mengine mengi.

"Kwenye asali na uyoga leo msinihesabu," Kombamwiko alisema, akiwa sasa amesimama. Bwana na Bibi Mende walizidi kushangaa; Kombamwiko alizungumza, sio kama mtoto wao bali kama mtu mzima anayedai heshima yake kutoka kwa mtu wa rika lake. Kusimama kwake kulikuwa kama jaribio lake la mwisho la kuidai heshima aliyonyimwa wakati alikuwa ameketi chini. 'Nani atakayemheshimu mtoto mkaidi kiasi hiki?' Mzee Mende alijiuliza moyoni.

"Hata jamaa ya mende wa mtaa wa Mashimoni wana maisha nafuu kidogo," Kombamwiko alisema kwa sauti kubwa. "Wao hulala penye joto na kula mizizi mitamu ya viazi na mihogo."

"Alaa!"alisema Bi. Mende kwa hali ya kuelewa sababu ya uzushi na farakano ambazo Kombamwiko alikuwa ameleta nyumbani.

"Hayo ndiyo yanayokukera, Mwanangu?" Bi. Mende alimwuliza mwanae. "Unataka kuhamia Mashimoni?"

"Mimi nafsi yangu sio ya Vichakani wala Mashimoni," Kombamwiko aliendelea kusema kwa utundu.

"Nafsi yako ni ya angani sio?" Mzee Mende aliuliza kwa dharau.

"Sikilizeni niwaelezee. Mjini wenzetu hustaftahi kwa chai na mkate." Kombamwiko aliposema *mjini*, alikuwa na maana ya nyumba wanamoishi binadamu.

"Mara nyingine," Kombamwiko aliendelea, "wao hutafuna mifupa ya nyama ya ng'ombe yenye minofu. Na wakati wa joto, huramba matone ya maji ya machungwa, maembe na hata pombe." Kombamwiko alitamka kila neno bila kujali chochote. Ungelifikiria kwamba ameishafika huko mjini tayari.

"Bi. Mende, kamwite mganga!" Mzee Mende alimwambia mkewe kwa wasiwasi mwingi. Aliona kwamba bila shaka huyu mtoto wao amerukwa na akili.

"Mwache aendelee, kwa maana naona ni kama ana rafiki mpya anayemtia maneno na mawazo haya ya kumpotosha," Bi. Mende alimwambia mumewe kwa huzuni.

Mzee Mende alikumbuka wahenga walivyosema, kuwa *Asiye kuwa na mwana, aeleke jiwe*. Alimwangalia Kombamwiko alipokuwa akizungumza kwa muda mrefu. Moja kwa moja akaamua ya kwamba yeye na Bibi Mende hawana tena mtoto.

"Mke wangu, eleka jiwe. Ikiwa haja yake ni kwenda kuishi katika pango la binadamu, namuomba Mungu amlinde," Mzee Mende alisema kwa kumalizia.

Bi. Mende alisikia uchungu wa mzazi mwenye mtoto mmoja tu. Akaona ni vizuri ajaribu kumsihi na kumshawishi Kombamwiko asiende mjini. Kama wazazi wake Kombamwiko, iliwapasa wao kuyapinga hayo mawazo yake. Bwana na Bibi Mende waliweza kufikiria na kuona hatari zinazoweza kumkumba huyu mtoto wao, ikiwa atafunga safari ya kwenda mjini. Mzee Mende alikumbuka methali nyingine, isemayo *'Asiyesikia la mkuu, huvunjika guu'*. Alikuwa ameishamkumbusha Kombamwiko methali hii mara kwa mara, kama mzazi anavyotarajiwa kufanya. Sasa aliona ni vizuri amkumbushe tena.

"Asiyesikia la mkuu...," alianza Mzee Mende, lakini akakatishwa na mwanae, kabla hajamaliza.

"Sitavunjika guu mimi, na isitoshe, hata nikivunjika guu moja, kwangu mimi si lolote, kwani ninayo sita mie, kama kawaida ya mende wote," Kombamwiko aliwaeleza wazazi wake, bila soni. Maisha ya mjini aliyoyatamani, ambayo sasa alitarajia kuyaona mwenyewe, yalimfanya kutowaheshimu kabisa wazazi wake.

"Maisha ya kula vizuri hivyo, yaani chai, mkate, maji ya machungwa na hata pombe yanavutia sana. Mchana unakula vizuri sana na usiku unakula kwa mwangaza wa stima. Eh! Mzee, hebu fikiria kisha unijibu. Mayai ya sisimizi na nyama ya ng'ombe, ni kipi chakula kizuri zaidi?" Kombamwiko alimwuliza babake.

Mzee alipandwa na hasira, na hapo akamrukia tena mwanae koo, lakini safari hii Kombamwiko alikuwa chonjo kabisa, na aliponyoka mikononi mwa babake na kutoweka gizani bila kuwaaga wazazi wake.

3

Mashimoni, kwa Faragano

Faragano, baada ya kuahidiana na Kombamwiko kuwa watafunga safari ya kwenda mjini kesho yake, aliingia nyumbani kwao, bila kubisha hodi. Mamake, Bi. Planeta, hakushtuka. Ingawa Faragano aliishakanywa mara nyingi kuhusu tabia hii ya kuingia bila hodi, hakuubadilisha mwenendo huo. Tabia yake ilikuwa ni kuingia bila hodi na kutoka bila kwaheri. Huyu kiguu na njia akitoka huweza

akarudi, mara asirudi. Mara nyingine hakuonekana kwa muda wa siku mbili au hata juma nzima.

Bi. Planeta, kama wazazi wengine, alikuwa akijali sana hali ya uzima wa mwanae, Faragano, na alikuwa na wasiwasi sana wakati ambapo mwanae hakuwepo nyumbani. Hata hivyo, Bi. Planeta aliona ni vizuri ajaribu kuizoea tabia hiyo ya kutoka na kuingia ghafla, kwani Faragano, kwa ukaidi wake, hakuzingatia wasia wowote alioachiwa na babake, kabla hajaaga dunia. Mlezi wake aliyebaki ni mama yake, ambaye Faragano hakumsikiliza hata kidogo.

Kama ilivyo desturi, watu husalimiana wakati wa asubuhi wakiamka. Watu pia husalimiana kama wamekaa muda mrefu bila kuonana. Lakini Faragano alikuwa hajali kumsalimu mtu, hata mama yake. Ilikuwa si hoja kwake, Faragano, kama wamekaa siku kadhaa au majuma kadhaa bila kuonana na mama yake.

"Mama, chakula kipo au la?" Faragano aliuliza, alipoingia nyumbani mwao.

"Kuna viazi na mihogo kama kawaida, Mwanangu," alisema Bi. Planeta bila hata kumwangalia mwanae.

"Pia ugali na mchicha uliyoleta kutoka mjini, ungalipo," Bi. Planeta aliendelea kumweleza Faragano.

Kwa kawaida Bi. Planeta alikuwa hali mabaki aliyoleta Faragano kutoka mjini. Bi. Planeta na babu zake walilelewa kwa kula viazi na mihogo. Hata Mzee Planeta, kabla ya kifo chake, alikula mihogo na viazi, kama walivyofanya wazazi wa babu zake kabla ya kuzaliwa kwake.

Kwa wale ambao walikuwa hawamjui Faragano wa Planeta, walidhani kuwa Faragano ni mzaliwa na mlelewa wa mjini, kwa tabia zake. Ingawa alikula viazi na mihogo mara kwa mara, alikidharau sana chakula hicho. Alipendelea sana vyakula kama vile ugali na mchicha, wali na kuku, na kadhalika; vyakula vilivyopatikana mjini.

"Basi nitakula huo ugali na mchicha," alisema Faragano.

Faragano alichukua chakula na kula haraka haraka, kama anayekimbizwa.

"Si ule polepole; kwani ni nani anayekukimbiza?" Bi. Planeta alimwuliza mwanae.

"Mimi kesho naenda mjini," alisema Faragano.

"Umeshiba, Mwanangu?" Bi. Planeta alimwuliza mwanae kwa hofu, bila kuyajali maneno ya Faragano. Bi. Planeta alikuwa amezoea safari za mwanae, ndio sababu akatilia maanani zaidi kushiba kwake. Safari hizi za mwanae hazikumtia hofu, wala kumshangaza Bi. Planeta bora tu ajue kuwa mtoto wake yuko salama salimini, popote alipo.

"Umesikia, Mama? Nimekwambia kuwa nafunga safari kesho na wewe unaniuliza kama nimeshiba?" Faragano aliuliza kwa mshangao wa kusingizia, "Ikiwa sijashiba, chakula si kingalipo?" aliongezea Faragano.

"Umesikia vile nilivyokwambia? Mimi kesho nafunga safari ya kwenda mjini," alisisitiza Faragano. "Na safari hii sirudi sehemu hizi kamwe. Haya maisha ya Mashimoni nimeyavumilia vya kutosha."

Bi. Planeta alijaribu tena kumshawishi mwanae na kumsihi ajihadhari na hatari za safari zake hizo zisizo na mwisho. Pia alimwambia kuwa asiposikiliza mawaidha, atakuwa hana wa kumlaumu. Bi. Planeta aliamka na kuanza kuondoa mabaki ya ugali na mchicha.

"Wewe nenda, funga safari yako. Utakaporudi utanikuta hapa hapa kwetu Mashimoni."

Bi. Planeta alikaa kimya na kumwangalia mwanae. Alichukizwa sana na ubishi, hasa kati yake na mtoto aliyemzaa mwenyewe.

Baada ya kimya kidogo, Bi. Planeta aliona ni vizuri ampe mwanae wasia wa mwisho.

"Mwanangu, kumbuka wahenga walivyosema, kuwa; *Mtaka vyote hukosa vyote. Na Mwenda tezi na omo, marejeo ni ngamani,*" alimalizia Bi. Planeta, kwa sababu alimpenda sana mwanae juu ya utundu na ukaidi alikuwa nao.

"Nasikia kama kunabishwa mlango," alisema Bi. Planeta, huku akitega zaidi sikio.

"Atatoka wapi mgeni saa hizi, Mama nawe?" Faragano aliuliza, bila ya kujali jambo hilo.

Mlango ulibishwa tena *'ngo, ngo, ngo'*. Safari hii Faragano alisikia na kuruka kama mshale kwenda kuufungua. Alipofungua mlango, Faragano alimkuta rafiki yake, Kombamwiko bin Mende, amesimama imara kama shujaa aliyeshinda vitani.

Faragano alimwangalia Kombamwiko kwa muda, akiwa katika hali ya kuduwaa.

"Huna hata karibu, bwana?" Kombamwiko alimwuliza Faragano.

"Safari ni ya kesho, bwana," Faragano alisema, huku akimpisha rafiki yake. "Tulikubaliana tukutane hapa kesho, au imekuaje?" Faragano aliendelea kuuliza.

Bi. Planeta alipomwona Kombamwiko, alijua kweli safari hii ni ya kipekee. Alikuwa hajawahi kumwona Kombamwiko ndani ya nyumba yao, ingawaje alikuwa akifika mtaani.

Kwa kawaida, mende wa Vichakani walijichukulia kama vile wao ni muhimu na bora zaidi kuliko wale wa mtaa wa Mashimoni. Bi. Planeta aliwaza na kujiuliza kimoyomoyo, 'Kwani safari hii yenu ya mjini ina matumainio gani?'

"Shikamoo, Mama," Kombamwiko alimwamkua Bi. Planeta.

"Marahaba, Mwanangu," Bi. Planeta alijibu kwa furaha. Alikuwa ameishasahau ni karne gani aliyoamkuliwa na mwanae, Faragano.

"Wewe hujambo, Mwanangu?"

"Sijambo, Mama."

"Wengine nyumbani hawajambo?"

"Eeh, hawajambo wote, Mama, sijui nyinyi hapa Mashimoni," Kombamwiko alijibu.

Bi. Planeta angalau sasa alipata muda wa kuzungumza na Kombamwiko bin Mende, jambo lililokuwa ni la nadra sana mwanae, Faragano, akiwa pale nyumbani. Bi. Planeta na Kombamwiko waliendelea na mazungumzo ya kupitisha wakati. Mazungumzo hayo yalimfurahisha sana Bi. Planeta.

Faragano alianza kusinywa na mazungumzo hayo marefu. Mambo ya salamu aliona ni ya kupoteza wakati.

"Safari ni ya kesho, bwana," Faragano aliwakatiza, bila heshima.

"Najua ni ya kesho, lakini mimi tayari nimekwisha kuwaaga jamaa," alisema Kombamwiko. Lakini ilikuwa ni uongo, kwa maana yeye, kusema kweli, hakuweza kuwaaga jamaa.

Alitoweka pale nyumbani baada ya kuzusha ubishi na wazazi wake.

Kombamwiko alikuwa anasikia njaa sana, kwani alitoweka nyumbani kwao bila ya kuonja chochote. Alikataa asali na uyoga alivyokuwa ameandaliwa na Bi. Mende, akidai kwamba chakula cha mjini ni bora zaidi. Sasa njaa ilikuwa ikimwuma na alitamani apate kitu chochote cha kutia mdomoni.

"Lakini Kombamwiko, mbona hukulala kwanza, uwaage kesho asubuhi?" Faragano aliuliza.

"Ah! Faragano, si umwache mwenzio kwanza ni mgeni. Sasa ni maswali gani hayo unayomwuliza. Kwani kuna ubaya gani akija kututembelea?" Bi. Planeta alimwuliza mwanae, huku akiondoka kwenda jikoni kumtafutia mgeni kitu cha kutia mdomoni.

Hapo Kombamwiko alipata fursa ya kumweleza haraka haraka rafiki yake Faragano yote yaliyotokea nyumbani kwao baada ya kuwaeleza wazazi wake kuhusu safari ya mjini.

"Hoho, kumbe ilikuwa namna hiyo," Faragano alisema, huku akiwa anamcheka rafiki yake.

"Kombamwiko, rafiki yangu, mimi nimeishakwambia, vizee havielewi na wala haviambiliki, bwana. Hawa hawawezi kuelewa hata siku moja."

Punde Bi. Planeta alirudi kutoka jikoni na viazi na kumpa Kombamwiko.

"Karibu chakula, Mwanangu," Bi. Planeta alimkaribisha Kombamwiko.

"Ahsante, Mama, nishakaribia," Kombamwiko alijibu na kuanza kula kwa haraka, kwa vile kilikuwa ni chakula kitamu kwake.

Kombamwiko alikula chakula chake huku wakiendelea na mazungumzo juu ya safari yao na Faragano.

Kombamwiko bin Mende alilala katika mtaa wa Mashimoni kwa mara ya kwanza, akiwa na matarajio kwamba kesho yake ataingia mjini alikokuwa na hamu kubwa ya kufika.

Wazazi wa Kombamwiko, kule mtaa wa Vichakani, walianza kuingiwa na wasiwasi baada ya kukaa siku mbili bila kumwona mtoto wao. Walisikia uchungu wa mwana wao kwani hawakujua alitorokea wapi, wala ni yapi yaliyompata, maskini Kombamwiko. Walijaribu kuuliza majirani, lakini hawakupata jawabu lolote la kuwasaidia.

Mzee Mende na Bibi Mende walibaki kumwomba Mola tu, ili popote alipo mtoto wao, Mungu amlinde.

4

Safari ya Mjini

Kombamwiko na Faragano waliamka mapema alfajiri, wakajitayarisha na kupanga mizigo yao. Kulipopambazuka, walianza safari bila kumuaga mama yake Faragano. Faragano alimwambia Kombamwiko kuwa hakuna haja ya kumpa Bi. Planeta kwaheri na akamkumbusha maneno ya jana kuwa, 'vizee havielewi mambo haya.' Kombamwiko alikuwa hajawahi kufika mjini na alikuwa na hamu kubwa ya kuwasili huko mapema iwezekanavyo, ili ajionee na kusifu mwenyewe.

Faragano naye, ingawa alisafiri kwenda mjini mara kwa mara, alikuwa na hamu ya kuwasili mapema, ili aweze kumwonyesha rafiki yake yote aliyokuwa amemhadithia. Fikira za kunenepa na kunona, kwa kula vyakula bora bila ya kufanya kazi za kuchokesha, zilimjaa Faragano, ambaye alikuwa ameishaamua ya kwamba Mashimoni na Vichakani hatarudi kamwe.

Ungelifikiria kuwa safari hii ni ya marafiki wetu, Kombamwiko na Faragano peke yao, Lakini sivyo, kwani sifa za mambo mazuri ya mjini zilikuwa zimesambaa kwote katika mitaa wanayoishi mende, yaani, Vichakani,

Mashimoni, Milimani, Mabondeni na hata Mwituni. Kila siku kulikuwa na msafara wa mende ukielekea mjini kutokana na sifa hizo.

Msafara leo hii ulikuwa mrefu sana. Ukitupa jicho mbele, mende walienea hadi kwenye upeo wa macho. Ukilitupa nyuma, mende wengi sana walikuwa wakijiunga na msafara huu wa mjini, bila kikomo.

Mende wengine walikuwa wadogo sana kwa maumbile; ungelidhani ni mchwa, kumbe ni mende. Wengine walikuwa na mabawa makubwa yenye nguvu. Katika haraka yao ya kufika mjini, walitembea kwa kupaa hewani kidogo na kurukaruka hatua chache. Kwa njia hii, waliweza kwenda haraka sana, kushinda wenzao wenye mabawa ya kawaida.

Kombamwiko na Faragano walitembea bila kuzungumza, kwa sababu ilikuwa ni vigumu kufanya yote kwa pamoja. Hata hivyo, walikuwa wakipata nafasi ya kuzungumza kidogo kidogo wakati wa kupumzika. Safari ilikuwa ndefu tena ya kuchokesha, lakini walikuwa wamekata kauli wenyewe.

"Kumbe safari hii ni ndefu?" aliuliza Kombamwiko, baada ya kumsihi Faragano na kijana mmoja wa Bondeni wapumzike kidogo.

"Tuko karibu kufika sasa," alisema kijana wa Bondeni, ambaye alikuwa ameungana nao muda mfupi hapo awali.

"Karibu sana," Faragano aliongeza kusema! Huu ulikuwa ni wakati wa adhuhuri na jua lilikuwa likiwaka kwelikweli. Kwa kawaida, wakati kama huo Mende wa Vichakani huwa wamejificha, chini ya mawe, ili kuokoa nafsi zao kutokana na kuchomeka na jua. Ndio sababu Kombamwiko alichoka haraka haraka kwa kuchomwa na jua mgongoni.

Mara, ghafla Faragano alijitupa chini ya majani na kujificha. Kombamwiko hakuelewa kilichotokea. Alijikuta amebaki pale akiwa amesimama na kijana yule wa mtaa wa Bondeni. Kule mbele yao kila mtu alijaribu kuingia popote iwe ni ndani ya shimo, chini ya matawi makavu, mawe, na kadhalika, mradi tu waokoe maisha yao. Yote haya Kombamwiko hakuelewa na alisimama pale katika hali ya kuduwaa.

Kombamwiko aligeuka ili amwulize kijana wa Bondeni kuna nini. Mara tu alipomwangalia kijana wa Bondeni akatoweka kama kifumba macho. Kijana huyo hakuonekana tena na Kombamwiko alijikuta amesimama pale peke yake bila dalili ya mwenzake.

Kumbe wa Bondeni alikuwa amemezwa na kuku!

Faragano alikuwa amegundua hatari hiyo, ndio sababu mara moja akaruka na kujificha. Lakini mende wengi hawakubahatika na walipoteza maisha yao. Kuku alikuwa anafurahia sana kuwala mende, na hasa hawa wasafiri. Alikuwa na ujuzi mwingi wa kuwanasa mende. 'Leo kitoweo ni tele,' alijisemea kuku, bila ya kusitasita. Aliona akisitasita, atapoteza wakati. Aliona pia kuwa hawa mende walikuwa na mwendo wa kasi sana. 'Ukisitasita utawapa nafasi ya kutoweka,' alifikiria kuku, huku akimeza mende zaidi bila huruma. Kuku alichakura-chakura mchangani na kwenye majani na popote mende walipokuwa wamejificha na kuwameza mara moja.

Kombamwiko alipogundua hatari ile, aliingiwa na hofu na kutetemeka kwa woga. Aliona kweli huu ndio mwisho wa maisha yake duniani.

'Leo ndio siku ya kiama,' alijisemea kimoyomoyo, huku akiwa anajuta kwa kuondoka kwake nyumbani bila ya kuwaaga jamaa. Alikumbuka ubishi aliozusha pale nyumbani na jinsi wazazi wake walivyojaribu kumpa wasia kwa methali. Kila fikira zilimjia wakati huu na alijiona ndiye mkosaji. Aliona bila shaka atakuwa kitoweo cha kuku.

'Ah, nilikosa nini lakini, wazazi wangu, nisameheni tafadhali,' Kombamwiko alijisemea. Hapo akakumbuka

methali aliyoambiwa na babake kuwa, *Asiyesikia la mkuu, huvunjika guu*, na akaanza kusali sala yake ya mwisho. Katika sala ile, mbali na kumshukuru Mungu kwa maisha mazuri aliyoishi nyumbani na wazazi wake katika mtaa wa Vichakani, alimlaumu Faragano kwa kumpotosha na kuhatarisha maisha yake.

Faragano aliona vile yule kijana wa Bondeni alivyoangamia kwa kuliwa na kuku. Aliona pia Kombamwiko alivyoduwaa bila hata jaribio la kujificha mwenyewe. Ghafla Faragano aliruka kwa ustadi, akamkamata Kombamwiko na kumvuta mara moja, wakajibanza wote wawili chini ya tawi kavu alimokuwa amejificha hapo awali. Mdomo wa kuku ulidunga alipokuwa amesimama Kombamwiko kwa kasi kama umeme, bila kumwahi na kuchimba shimo kubwa.

Yule kuku alichakura karibu na mahali walimokuwa wamejificha Faragano na rafiki yake, Kombamwiko, bila kuwaona. Kwa ghafla aliwameza wasafiri wengine watatu. Mkasa huu ulizidisha hofu ya Kombamwiko, akaanza kukosa imani na mahali hapo. Yote haya hayangetokea kama pasingekuwa ile tamaa ya kufika mjini. Pia hangechukua uamuzi wa kwenda mjini kama angekataa kumsikiliza rafiki yake, Faragano, aliyemsifia mengi ya mjini. Aliona kuwa kama angelitajiwa hatari kama ile iliyowakabili asingelikubali kuondoka kwao Vichakani.

Kwa bahati nzuri, kuku alielekea sehemu nyingine, akiwa anaelekeza jicho moja angani na lingine chini. Kuondoka kwake kuliondoa hatari maishani mwa Kombamwiko na Faragano, ingawa kwa muda tu.

Faragano alimwangalia Kombamwiko na kumwambia kuwa hatari ilikuwa imetoweka. Hofu aliyokuwa nayo Kombamwiko ilimfanya akose kusikia maneno ya Faragano. Alibaki pale akigwaya tu.

"Amka, bwana," Faragano alisema kwa sauti kubwa akimtikisatikisa Kombamwiko. Kumbe wakati ule, ingawaje kwa sekunde chache tu, Kombamwiko alikuwa amezirai na kupoteza fahamu kabisa. Aliporudiwa na fahamu, alidhani kuwa wamekwisha kumezwa pamoja na Faragano. Akafikiri kuwa Faragano alikuwa akimwamsha humo tumboni mwa kuku, kabla ya kusagwa. Alifunga macho kwa haraka ili asije akaona mwisho wa kutisha kama huo.

"Una nini wewe?" Faragano aliuliza, huku akipandwa na hasira. Kombamwiko alifungua macho tena na akaona kweli yu hai na wala hawakumezwa na kuku.

Kombamwiko alipoamini kuwa kweli wamenusurika, alianza kukata tamaa ya kuendelea na safari. Hii ilimfanya kumwangalia Faragano kwa muda mrefu bila kumjibu.

"Wewe nitakuacha. Nachoka kukwitaita kama mtoto mdogo. Amka tuendelee na safari," Faragano alimwambia Kombamwiko kwa hasira. Faragano hakutilia mkazo sana jambo la kunusurika katika hatari ile ya kuku. Alikuwa amezoea hatari za aina hiyo katika safari zake za mjini na kwingineko. Hii ilimfanya kuzidiwa na hasira aliposikia maneno ya Kombamwiko.

"Faragano, turudi nyumbani, bwana," Kombamwiko alimwambia Faragano kwa woga.

"Eti nini? Mimi nilifikiri wewe ni mtu mwenye ujasiri, kumbe ni mwoga tu, mtoto wa mama. Rudi peke yako," Faragano alimwambia kwa dharau.

"Ukifika mshukuru Mungu," Faragano aliendelea kumweleza Kombamwiko.

"Maana nikitupa jicho huko nyuma tulikotoka, ninamwona jogoo, kuku na vifaranga wao. Labda watakuwahi niondokewe na juha kama wewe."

Kombamwiko aliamka kwa haraka, kwani tisho hilo lilimpa hofu sana. Aliungana na rafiki yake Faragano na pamoja wakaendelea na safari. Lakini sasa kwa Kombamwiko, safari ilikuwa imekosa utamu wake.

Ingawa alitishika sana, kila alipokumbuka kisa hicho cha kuku, sasa alikuwa macho zaidi.

Kulikuwa na balaa kadha wa kadha ambazo ziliwakumba wasafiri wetu. Wengine walinaswa na utando wa buibui na kunyonywa damu na buibui mwenyewe. Ingawa mara kwa mara walijibanza chini ya mawe na matawi ili kuepuka wanyama wa porini, walikumbwa na hatari kubwa ya kuliwa na paka.

Hatari ya paka ilikuwa kubwa kushinda ya kuku. Paka anaweza kumwinda mende kwa muda mrefu. Hata mende akijificha chini ya mawe au matawi, paka hutulia tuli, hadi mende atakapofikiria kuwa hatari imetoweka. Atokapo mafichoni, paka humvamia na kumtafuna moja kwa moja. Kwa namna hii, wasafiri wengi walitoweka.

Woga ulipungua kidogo Kombamwiko alipofahamu ya kwamba akijihadhari, anaweza kuepuka madhara mengi. Pengine waendako kuna hatari za aina nyingine nyingi. Kombamwiko alijiuliza: 'Ikiwa Faragano hakutaja lolote kuhusu hatari ya kuku, wala paka, ni yapi mengine aliyomficha?'

Kombamwiko bin Mende na rafiki yake, Faragano, walikumbwa na njaa kubwa sana. Tangu walipoanza safari yao, walikuwa hawajala chochote. Njiani walipita majani mengi ya aina waliyokuwa wakila kina Kombamwiko nyumbani kwao. Walipita mizizi ya aina chungu nzima ambayo mende wa Mashimoni wangeliimezea mate, kama wangeliiona. Walipita hata mayai ya sisimizi na wadudu wengine bila kuyaangalia.

Kwa mawazo, Kombamwiko na Faragano walijiuliza, 'Ni nani atakayekula vyakula kama hivyo, ikiwa mjini kuna maandalio yasiyopatikana katika maeneo waishimo jamaa ya mende?'

"Tukizunguka kichaka kile, tumefika," Faragano alimwambia rafikiye. Kombamwiko alikuwa hana la kusema. Alikuwa amechoka sana. Njaa nayo ilimwuma vikali, hata asiweze kuzungumza sana. Kutembea kwake kulikuwa kwa kujikokota hatua kwa hatua. Kombamwiko alimsihi Faragano wapumzike kidogo. Faragano alikubali ombi hilo na muda si mrefu walipata kivuli kizuri na kupumzika.

"Tukiingia tu, jambo la kwanza ni kula," alisema Kombamwiko baada ya kuvuta pumzi kwa vishindo, kama mwenye ugonjwa wa pumu.

"Chochote kile. Uwe ni mkate, tone la chai, chochote," Kombamwiko alisema na kumeza mate, akikodoa macho kwa tamaa kali.

"Wakati huu ni wa chakula cha jioni," Faragano alisema. Walitarajia ya kwamba watakiwahi chakula cha mchana. Lakini kwa sababu Kombamwiko alikuwa hajazoea safari! mwendo wao ulikuwa wa polepole sana.

"Jikoni kutakuwa na chembechembe za kila aina. Usiwe na wasiwasi, rafiki yangu," Faragano alimweleza Kombamwiko.

"Chochote kile," Kombamwiko alitamka, kama asiyesikia anavyosema rafiki yake. Aliangalia mbele tu kwa mate ya fisi.

"Chembe za ugali, tone la mchuzi, chochote kile." Kombamwiko alianza kufurahishwa na maneno haya ya chochote kile. Alisikia kama ni shairi tamu la maneno mawili. Kumbe si yeye peke yake. Punde si punde, Faragano naye alianza kurudia maneno yale yale.

"Chochote kile!"

"Ugali, mkate, maziwa."

"Chochote kile."

"Mchuzi, nyama, ubwabwa."

"Chochote kile."

Kombamwiko alitaja vyakula alivyotamani naye Faragano aliitikia.

Ghafla waliamka kwa pamoja ungelifikiria wameamrishwa na jemedari fulani. Miguu yao ilipata nguvu zisizo za kuaminika na kuwachukua kwa mwendo wa haraka, huku wakiimba kiitikio cha shairi lao: *Chochote kile.*

5

Wenyeji wa Mjini

Mkuu bin Wanene, kama alivyokuwa akiitwa, ndiye aliyekuwa mkubwa wa mende wa mjini. Wakati Kombamwiko na Faragano walipokuwa wakiimba shairi lao, Mkuu bin Wanene alikuwa ameandaa baraza kwa mende wote wenyeji wa mjini. Wengi walihudhuria. Wenyeji wa Kabati, Droo ya Juu, Kati na Chini walihudhuria. Vilevile wenyeji wa Nyufa za Kuta na Mianya yote nyumbani walihudhuria.

Wakati wa baraza kama lile, wao walikuwa wakishauriana na pia kutafuta njia za kusaidiana na kufikia uamuzi wa maswala mbalimbali. Amri zilitolewa kwa njia hii na sheria kutungwa.

Katika baraza la siku ile, hakuna aliyejua mambo yatakayojadiliwa ila Mkuu bin Wanene na mawaziri wake.

Baada ya muda si mrefu, waziri mmoja alionyesha ishara kwa mkono wake na wote wakatulia na kunyamaza. Ishara ile ilimaanisha kuwa Mkuu bin Wanene anataka kuwahutubia.

Mkuu bin Wanene alianza kwa salamu.

"Wenyeji Wanene hamjambooooo?"

Wote walijibu salamu hizo kwa kusema kwa pamoja, "Hoooooo!"

Mkuu bin Wanene alirudia salamu hizo mara tatu na wao wakamjibu vilevile mara tatu.

"Mimi nimewaalika hapa leo," alianza Mkuu bin Wanene, "ili tujadiliane kuhusu uvamizi ulioanza kitambo na unaoendelea hivi sasa."

Wenyeji waliangaliana kwa mshangao. Eti kuvamiwa? Walikuwa hawana habari. Wakaona ni vizuri kutulia na kumsikiliza mkuu.

"Juhudi zetu za kuwalea watoto wetu ziko hatarini," aliendelea Mkuu bin Wanene, huku akiangaliaangalia, pande zote walimokuwa wenyeji.

"Watoto hawa tuwapendao wananyang'anywa chakula midomoni, ndio maana wanakonda. Hawana afya!"

Mkuu bin Wanene alinyamaa kidogo. Alitaka maneno yake yazame bongoni mwa wenyeji.

"Watoto wetu kunyang'anywa vyakula midomoni!" Walishtuka wenyeji. Walikuwa hawajawahi kufikiria hivyo. Lakini kama asemaye hivyo ni mfalme wao, Mkuu bin Wanene, basi ni kweli.

"Na wanyang'anyi ni kina nani?"aliuliza Mkuu bin Wanene. Kulizuka kimya kizito. Wenyeji walijadili kwa mawazo na hatimaye jawabu liliwajia wote pamoja.

"Mende wageni," wenyeji walisema kwa pamoja, bila shaka kuwa hakungelikuwa na jawabu jengine.

"Watoto wetu kweli walale njaa kwa sababu ya kunyang'anywa chakula na wageni? Wafifie, wakonde, hatimaye wafe! Eh! wafe?" Mkuu bin Wanene aliuliza kwa ghadhabu. Wenyeji waliteta kwa pamoja, sauti zao zikiongezeka nguvu, hadi kelele ilipopita kiasi. Mkuu bin Wanene alijaribu kuendelea na hotuba yake, akashindwa, kwa sababu kelele zilipita kiasi.

"Tulieni tafadhalini, tulieni," waziri mmoja aliwasihi. "Sote tunahuzunishwa na jambo hili ndio maana tumewaita katika baraza hili," aliendelea waziri.

"Bila shaka Mkuu bin Wanene analo suluhisho." Wenyeji walinyamaza kimya.

"Mende wembamba waliotuvamia watarudi kwao leo, ama tuwaue," alisema Mkuu bin Wanene.

Kulitokea kimya cha kuogofya. Ghafla waziri yuleyule alisimama na kusema kwa sauti kubwa. "Wafe wembamba, wafe wembamba!"

Wenyeji waliitikia, "Wafe wembamba!" Mkuu bin Wanene alisindikizwa na mawaziri kumaanisha ya kwamba baraza limekwisha.

"Wafe, wafe, wafe, wafe," wenyeji waliendelea kwa sauti kubwa.

Kumbe kati yao alikuweko mende mwembamba wa asili ya Milimani, ambaye baada ya kuishi mjini kwa muda mrefu, alihisi kuwa yeye ni mwenyeji. Alikuwa na marafiki wanene walioandamana naye barazani.

Bila swali hata moja, walimshika wale rafikize na kumpiga, huku wakiimba kama wenzao, 'Wafe, wafe.'

Walipomwacha, alikuwa hali mahututi; wala hawakumwacha kwa huruma. Walimwacha kwa sababu kulikuwa na wengine kama yeye, wenye kuhatarisha maisha ya watoto wa wenyeji, na ilikuwa ni lazima wawindwe.

Hawa mende wanene walijihisi kuwa wenyeji wa ule mji. Wakaona kwamba mjini hakustahili kuishi mende wa aina nyingine isipokuwa sampuli yao. Kwa upande wao, mende wa Vichakani, Bondeni, Mashimoni na kwengineko waliona kuwa mjini ni kwao pia na wala hawahitaji ruhusa ya mende yeyote ili kuishi huko. Jambo hili la mmoja kutaka mwenziwe ahame lilizusha mizozo kati yao na kusababisha vifo vingi. Kila upande ulipoteza mende kadha wala hakuna upande uliopata ushindi.

Kama wangeliyajua haya yote mapema, pengine rafiki zetu wangeliamua kurudi nyumbani.

Wahenga walinena: *Asiyefundishwa na mama yake, atafundishwa na ulimwengu.* Lakini vituko vya mjini wangelivijuaje Bwana na Bibi Mende, ili wapate kumpa wasia mwana wao? Kwa uchungu, walisema, 'Usiende mjini, Kombamwiko.' Lakini hakuwasikiliza. Aliona afuate mashauri ya Faragano.

6

Vita Mjini

Kombamwiko na rafiki yake, Faragano, walijua kuwa wamefika mjini walipoliona jengo kubwa la ghorofa. Kombamwiko alikuwa hajawahi kuona jengo kubwa kama hilo. 'Kwa hakika limejengwa na majini ili waishi humo ndani. Ndiyo sababu kukaitwa mjini?' alijiuliza. Kwa sasa hamu yake kubwa ilikuwa ni kula, kama wimbo wao unavyothibitisha. Mambo ya kuhusu majengo atayachungua na kuyashughulikia baadaye. "Hebu simama!" Faragano alimwambia rafiki yake kwa ghafla.

"Kuna nini tena?" Kombamwiko alisema kwa unyonge, kwa jinsi njaa ilivyomwuma.

"Angalia. Naona kama wale waliotutangulia wanarudi!" Bila shaka kulikuwa kumezuka jambo. Mende waliotangulia sasa walikuwa wanarudi, tena mbio. Wengine hali yao ilikuwa mbaya, kama kwamba wamepigwa. Wengine miguu si sita tena. Ni minne au hata mitatu. Kumbe walishambuliwa na mende Wanene wa mjini na kupigwa vikali bila huruma.

Hali hii iliwatisha sana Kombamwiko na Faragano, hata ikawabidi kurudi nyuma mbio. Usingeliamini wana njaa kama ungeliona jinsi walivyokimbia ili kujiokoa.

Faragano alikuwa ametishika kiasi tu. Alikuwa amezoea vituko hivi vya mjini. Kombamwiko alikuwa katika hali mbaya.

"Mama," alisema Kombamwiko. "Afadhali ningelikusikiliza. Huku kukimbiakimbia na njaa kutaniangamiza."

"Nyamaza wewe. Mimi sikukuvuta kwa nguvu. Hatimaye tutafika na chakula utakila. Hii ni hali ya dunia," Faragano alimkemea rafiki yake.

Faragano alimwambia Kombamwiko kwa unyonge, kwani hata yeye njaa ilimwuma kwelikweli.

Walijificha chini ya jiwe ambako kulikuwa na mwangaza wa kutosha kuwawezesha kuona mbali. Kule mbele kulikuwa kuna vita vikali. Wanene, yaani wenyeji, walikuwa wakiwapiga wageni. Tena kwa hasira kubwa. Waliwauwa wengi sana na wengine kufanywa walemavu.

"Itatubidi tujifiche hapa hapa hadi vita vitakapokwisha," Faragano alimwambia mwenzake.

"Kwa sasa tule chochote, bwana," Kombamwiko alisema bila nguvu.

"Ehee, hata kama ni majani, tutayala kwa sasa tu. Vita vikiisha, tutaingia na kula vyakula nilivyokutajia." Faragano alilazimishwa na njaa kukubaliana na Kombamwiko.

Faragano alijikokota nje kidogo na kuchuma matawi mawili makubwa. Kabla hajarudi mafichoni, rungu kubwa lilitupwa na kumpiga kichwani, akaanguka papo hapo, akawa amezimia.

Kombamwiko, baada ya kungojea muda mrefu, alishangaa kuona jinsi Faragano alivyokawia.

"Au labda ameniacha?" alijiuliza.

Alitoa kichwa nje na kumwona Faragano amelala, yu hoi. Rungu kubwa lilikuwa karibu naye.

Kombamwiko alitoka haraka, kumjulia hali rafiki yake.

Kumbe Faragano alikuwa amezirai. Hajafa. Kombamwiko alimvuta na kumwingiza ndani ya pango lao.

"Balaa gani hii?" alijiuliza tena Kombamwiko. Alikuja hapa kula au kujifundisha uuguzi? Tena ni mwuguzi mwenye njaa kali. Jambo hili lilimvunja moyo Kombamwiko. Haidhuru. Aliamua kwenda nje kutafuta chochote, yawe ni matawi, mizizi au, bora zaidi, mayai ya sisimizi, kusudi apate kula na kumlisha Faragano.

Muda si mrefu, Faragano alirudiwa na fahamu, ingawa alikuwa mnyonge sana. Kombamwiko alimlisha mayai ya sisimizi na matawi fulani yenye uwezo maalum, kama alivyofundishwa na wazazi wake. Mara nyingine ilimbidi kumlisha Faragano kwa nguvu, kwa sababu maumivu yalimfanya kupoteza hamu ya chakula. Aliyelitupa lile rungu kweli alikuwa mlenga shabaha. Lilimwahi Faragano kisogoni na kusukuma uso wake vumbini. Tuseme *aliramba mchanga*.

Baada ya siku mbili, majeraha ya Faragano yalipata nafuu. Aliweza kula na kuzungumza kama kawaida, ingawa roho yake ilikuwa na chuki sana juu ya hawa mende Wanene.

Kombamwiko alipoona hali ya Faragano imekuwa ya kawaida, alimshukuru Mungu, kwani matumaini ya kufika mjini yalikuwa na mwangaza tena.

Katika siku hizo mbili, vita vikali kati ya Wanene na wageni viliendelea.

"Hawa Wanene wanafikiria wao ni nani?" Kombamwiko aliuliza.

"Wanafikiri Mungu aliwaumba wao, na sisi tukaumbwa na nani?"

Faragano aliendelea na mtiririko huu wa maswali yasiyo na majibu,

"Tufanye nini sasa?" Kombamwiko aliuliza, baada ya kuhakikisha kuwa vita nje vimekwisha.

"Madhumuni ya kuja kwetu hapa ni kula," alisema Faragano, akiwa ameelekeza macho yake kwenye nyumba.

"Na hakuna atakayetukomesha katika lengo letu."

"Unadhania tutaweza kupigana vita na Wanene?" Kombamwiko aliuliza kwa hofu kidogo.

"Kusema kweli vita vya ana kwa ana hatuviwezi. Lakini vita vya kujikinga tunaviweza."

Faragano alisita kidogo. Kisha akaendelea.

"Utachukua rungu lako na mimi, nitachukua langu. Ukikutana na gaidi la Wanene, lipige dafrau ya kujikinga."

Kombamwiko alikubaliana na shauri la rafiki yake na bila kupoteza wakati, alilileta lile rungu alilopigwa nalo

Faragano. Walitafuta rungu jingine moja na baada ya kufanya mazoezi kidogo waliondoka wakisema,

"*Likufikalo, patana nalo.*"

7

Wenye Nyumba

Mende wa mjini waliishi maisha ya ajabu. Hasa, walipenda makao ya jikoni, kwa sababu upishi wa chakula ulifanyika huko. Vyakula vilipokuwa vikikorogwa, vilimwagika sakafuni na kuwa maandalio ya mende. Wakati wa kupakuliwa vyakula, vingine vilimwagika na kutapakaa kila mahali jikoni. Kwa namna hii, chumba chenyewe kilikuwa na kila aina ya chakula kwa manufaa ya mende: unga wa mahindi, mtama au ngano, mikate, mchele, mihogo, nyama, na kadhalika. Katika chumba hiki, mende wenyeji walikuwa na mahali pengi sana pa kuishi. Waliweza kuishi katika jiko lenyewe, mnamo sehemu ambazo hazikupata joto jingi. Wakati upishi ulipokuwa ukiendelea, mende wenyeji walitembeatembea kidogo hadi hali ya joto ya kawaida iliporejea. Kwa bahati mbaya, mende mmoja au wawili walidondoka na kuanguka motoni. Katika kuta na kabati, kulikuwa na nyufa, ambamo mende wengine walijibanza na kufanya makao. Mende waliowasili mjini kwa mara ya kwanza waliingia katika matundu ya stima bila kujua hatari iliyoko.

Maisha haya ya ajabu yalikuwa na matatizo yake. Mende walioishi mjini kwa muda mrefu zaidi, walikuwa wanene sana na wenye mabawa makubwa. Walikuwa wanene hivyo, siyo kwa sababu ya kula vinono, bali pia kwa kuwaangamiza wale wadogo. Mende waliowasili kwa mara ya kwanza walikuwa na umbo dogo, kwa sababu ya kazi nyingi za Vichakani, Mashimoni, au kwokote kule walikotoka. Kwa sababu ya kuchokeshwa na safari, walikuwa dhaifu, wasio na nguvu na waliuliwa kwa urahisi kulipozuka mapambano kati yao na wale wanene wa mjini.

Wanene, kama walivyoitwa mende wa mjini, walikuwa na bahati ya namna nyingine. Kwa sababu ya mabawa yao makubwa na miguu yenye nguvu, waliweza kutimka mbio za haraka zaidi, hatari ilipotokea. Waliweza pia kupaa hatua chache, mradi waokoe nafsi zao. Kwa sababu hizi, walikuwa wana nafasi nzuri zaidi ya kuishi maisha marefu na kuzaa jamii yao kwa wingi.

Matatizo mengine yaliyowakabili mende wageni ni kama kushikwa na umeme walipojaribu kuishi katika matundu ya stima. Mara kwa mara mmoja wao alipona kifo cha stima, lakini akabaki kupondwa na *plagi* ilipotumbukizwa katika matundu yake matatu ili kifaa cha stima kama vile pasi, kitumike.

Mende wengine waliingia ndani ya jiko bila ya kujua kwamba moto unapowashwa ni lazima watoke kwa haraka. Wakichelewa, joto liliwachoma miguu na kusababisha kifo chenye uchungu mwingi.

Mende mgeni, kwa sababu ya tamaa yake, alipatwa na mkasa mwingine mbaya sana mara kwa mara, uliyosababisha kifo chenye mateso mengi: kutumbukia ndani ya mchuzi, maziwa, maji ya matunda, na hata pombe. Hatari za mjini, kwa mgeni, zilikuwa chungu nzima.

Isitoshe, nyumba hii ilikuwa na wenyewe, Bwana na Bibi Mtu bin Adamu. Je, watu hawa walipenda sana kuishi na mende?

Siku moja, Bwana na Bibi Mtu bin Adamu walikuwa wamekaa katika chumba cha kupumzika. Bi. Mtu alikuwa akifuma sweta, naye bwanake akisoma gazeti.

"Bibie, hebu nipe bilauri ya maziwa, tafadhali," alisema Bwana Mtu.

"Nitakuletea sasa hivi," alisema mkewe. Aliiweka sweta aliyokuwa akiifuma chini na kuelekea jikoni. Alipofika jikoni, alikumbuka kumwuliza mumewe kama anataka maziwa ya moto au ya baridi. Mumewe alimjibu kuwa anataka maziwa ya baridi.

Bi. Mtu alimimina maziwa kwenye bilauri haraka haraka, kwa sababu alitaka kurudi kitini, ili aendelee kufuma sweta yake. Punde alirudi katika chumba cha mapumziko na kumkabidhi mumewe ile bilauri ya maziwa.

Bwana Mtu alikuwa hapendi kula au kunywa na kusoma kwa pamoja. Ndiyo sababu akaweka gazeti chini, alipokuwa akipokea ile bilauri ya maziwa.

Bwana Mtu alielekeza bilauri ya maziwa kinywani ili ayaonje, lakini akasita kidogo. Aliangalia ndani ya bilauri kwa muda, kisha akairudisha mezani bila hata kuonja maziwa.

"He! He!" aligutuka Bwana Mtu, "Haya maziwa siyanywi mie!"

"Kwa nini, Bwanangu?" Bi. Mtu aliuliza kwa mshangao.

"Haya ni maziwa ama ni mchuzi wa mende?" aliendelea Bwana Mtu, huku akimsukumia mkewe ile bilauri ya maziwa ili naye aweze kujionea. Bi. Mtu aliangalia ndani ya ile bilauri kwa muda. Hasira ikampanda polepole.

Kwenye ile bilauri ya maziwa kulikuwa na mende wawili. Mmoja alikuwa amelala chali, ameishakufa. Mwenzake alikuwa katika hali ya kuogelea, kufa na kupona. Kila alipofika kwenye ukingo wa hiyo bahari ya maziwa, alijaribu kuipanda hiyo bilauri, ili aokoe maisha yake. Lakini kila mara aliteleza na kutumbukia kule kule

ndani ya maziwa. Ilimbidi kuanza tena jitihada zake za kujiokoa.

"Naomba msamaha, Mume wangu," Bi. Mtu alisema kwa huzuni. "Tutafanyaje na mimi nimechoka kuishi nyumba moja na mende?"

"Mimi hujaniambia kuwa tunaishi na mende nyumba hii," Bwana Mtu alisema. Baada ya kimya kidogo aliendelea,

"Nimeona mmoja hapa na pale, lakini sikujua wametuvamia."

Bwana Mtu alisimama na kuelekea jikoni akiwa ameshika gazeti lake.

"Naenda kufanya uchunguzi."

Alipofika jikoni, alishangaa kuwaona mende wanne wakiramba maziwa yaliyodondoka. Kwa ghadhabu, aliwapiga kwa gazeti na kuangamiza watatu mara moja. Wanne alitimka mbio, lakini wapi, naye pia aliangamia kwa kupondwa na gazeti. Mlipuko huo wa gazeti uliwashtua mende wengine waliokuwa wakinyemelea yale yale matone ya maziwa. Hii ilimbidi Bwana Mtu kupiga mbele, nyuma, kulia na kushoto kwa gazeti lake. Aliwaangamiza mende kadhaa, ambao walitishwa na mfyatuko huo wa ghafla na kuondoka katika maskani zao. Bwana Mtu alirudi kwenye kiti chake na kukaa.

"Hawa mende ni lazima tuwachukulie hatua kali," Bwana Mtu alisema.

"Ukiingia jikoni asubuhi, Mume wangu, ndipo utakaposhangaa," Bi. Mtu alimwambia mumewe.

"Utawaona kwote, mezani, paani na hata sakafuni. Huwa ni wengi, wengi sana."

"Hata sakafuni?" Bwana Mtu aliuliza. Jambo hili la kuvamiwa na mende hali hii lilimstaajabisha sana na kumuudhi Bwana Mtu.

"Na mbona usiwakanyagekanyage?" Bwana Mtu aliuliza.

"Ah, Mume wangu, siwezi! Au nitasikia kitefutefu," Bi. Mtu alisema, kama ambaye roho yake ilichafuliwa na fikira hiyo.

"Basi tutawapulizia dawa," Bwana Mtu alisema.

Bi. Mtu aliuliza kama watakwisha kwa njia hiyo, naye mumewe akamhakikishia kuwa watakwisha kabisa.

Wakati huo, Kombamwiko na rafiki yake, Faragano, walikuwa wangali safarini kuja hapo nyumbani kwa Bwana na Bibi Mtu bin Adamu. Walikuwa karibu sana kufika. Zilibaki hatua chache tu ili nao waungane na mende waliotangulia kufika hapo mjini.

8

Mwisho wa Safari

Katika nyumba hii kubwa ya mjini, njia za kuingilia ni nyingi. Unaweza kupita dirishani, likiwa wazi. Kama limefungwa, hakuna njia upande huo. Utatambaa kutani, ukihakikisha ya kwamba mgongo wako umefichwa na mfereji wa maji, au sivyo utadunguliwa na kuku na kumezwa kabisa. Njia nyingine ni kutimka mbio na kuingia ghafla kwa kupitia mlangoni.

Unaweza pia kuingia kwa kutumia mwanya ulioko chini ya mlango. Baada ya kuingia, utatambaa nyuma ya viti, meza na kabati, hadi utakapofika maskani ya kujichagulia mwenyewe.

Mende wajanja hungoja nje hadi watu wenye nyumba watakapotoka nje na vifaa fulani, kama vile masanduku, viti, vikapu, na vinginevyo. Bila ya kuonekana, wao hujificha kwenye vifaa hivi na hatimaye kuingizwa ndani na hawa hawa binadamu.

Safari za aina hii huwafurahisha sana mende, hata wengine wakaufanya kuwa mchezo wa kurudiwa mara kwa mara.

Njia zote hizi alizijua Faragano, lakini hakutaka kuzitumia, kwa sababu rafiki yake angali mgeni sana. Njia za dirishani na mianya ya milango zilikuwa bado zinalindwa na wanene. Njia ya kusafirishwa ndani na watu ilikuwa hatari nyingi, kama vile kugunduliwa na kuuliwa papo hapo, au hata kupondwa na kifaa chenyewe kwa makosa. Iliwezekana pia kifaa kile kihifadhiwe maeneo walikoishi Wanene, pengine mawaziri. Kumbuka hukumu iliyowapata wageni waliojikuta nyumbani kwa Mkuu bin Wanene!

Faragano alimwelekeza rafiki yake upande wa nyuma. Wakafuata ukuta, huku wakihakikisha ya kwamba miili yao imefichwa na majani. Hatimaye walifika mahali palipokuwa na shimo kubwa. Shimo hili lilitokeza ukutani kama mfereji mkubwa wa maji machafu.

"Shimo hili ukiliingia na kulifuata, utajikuta jikoni," Faragano alimwambia rafiki yake.

"Alaa," aliitikia Kombamwiko. Aliona maji hapo chini na akashuku yametoka ndani ya shimo hilo.

"Tukiingia, halafu kutokezee maji je, itakuwaje?" Kombamwiko aliuliza kwa hofu kidogo.

"Utatulia tu, yakusafirishe hadi nje. Halafu, baada ya kungoja kidogo, utajaribu tena," Faragano alimweleza.

"Ole wangu!" Kombamwiko aliwika kwa huzuni nyingi.

"Nimetoroka umande msafi ili nije kuogelea ndani ya maji machafu, tena yenye harufu mbaya?"

Mara kukazuka mshindo mkubwa; wakaruka nyuma. Maji mengi machafu yalitoka, lakini kwa bahati nzuri walikuwa wameruka mbali.

"Mungu ana huruma kweli. Hatutangojea tena. Kama maji yametoka, huchukua muda mrefu kabla mengine kufuatia," Faragano alimshauri Kombamwiko.

"Twende basi. Kama hatutakufa maji, tutakufa sababu ya huu mnuko wa shombo," Kombamwiko alisema huku ameziba pua lake.

Waliingia ndani na kuanza kutambaa gizani. Harufu ya njia hii ilikuwa mbaya na ya kuchukiza. Tope lililokuwa ndani lilikuwa kama uji mweusi na iliwabidi Kombamwiko na Faragano kutumbukiza miguu yao ndani hadi magotini.

"*Ukitaka cha mvunguni, sharti uiname,* bwana," Faragano alimwambia Kombamwiko, bila kuonyesha dalili ya kuujali uchafu huo.

Kombamwiko, kwa upande wake, alikuwa hajawahi kuona uchafu kiwango hicho. Lakini angerudije? Safari ilikaribia kikomo, lakini kama ilivyoelekea, kikomo nacho kilikuwa kimefunga safari. Kila walipokaribia, kulizuka jambo.

Kombamwiko alikuwa hana tamaa ya kula. Hewa ilikuwa mbaya sana humo walimokuwa. Faragano alikuwa hana tatizo lolote. Hamu yake ya chakula aliibeba kama mkoba topeni, popote alipokuwa.

"Tumefika," Faragano alitangaza.

"Alhamdulilahi," Kombamwiko, aliyekuwa karibu kuangamia kwa kukosa hewa safi, alishangilia kwa furaha.

"Ukitupa jicho kule juu utaona mwangaza. Huko ni jikoni, na ndiko tuendako," Faragano alisema.

Mara kukatokezea wimbi kubwa la maji machafu.

"Jikaze, ndugu yangu," Faragano alisema kwa sauti kubwa.

"Mungu wangu nisaidie," alilia Kombamwiko.

Alimkumbuka mama yake, Bibi Mende na jinsi walivyostarehe Vichakani. Huko wanakula na kusaza, bila kujua maafa yanayomkumba mtoto wao.

Kombamwiko na Faragano walisukumwa na kubebwa juu juu kama chembe za mpunga. Walitupwa nje kule walikoanzia, wakiwa wamelowa maji machafu kutoka kichwani hadi miguuni.

'Ukitaka cha uvunguni, utainama mpaka lini?' Kombamwiko alijiuliza kwa mawazo. Hakujua kama alie au acheke. Walicheka wote wawili. Wakakata shauri kuanza upya safari ya mferejini, bila kupoteza wakati.

Hatimaye Kombamwiko na Faragano walifika jikoni kupitia njia ya maji machafu. Kombamwiko alishikwa na furaha kwa sababu ya kukamilika kwa safari. Alifikiria kuwa hatari zilizomkumba zimekwisha kabisa na wala hakuna hatari nyingine. Jambo lililoko, kama alivyodhania, ni kula tu.

Punde tu baada ya kutupa macho huku na huko jikoni, Kombamwiko alijionea jambo la kuhuzunisha sana. Hata hamu yake ya chakula ikatoweka kabisa. Alifunika macho kwa haraka na kutoa yowe la kutisha.

"Mambo gani haya!" Kombamwiko aliwika, huku machozi yakimdondoka.

Kila mahali kulikuwa na mende waliokufa au katika hali ya kuaga dunia. Sakafuni, mezani na hata ndani ya vifaa vyote kulijaa mende.

Wengine walikuwa wamelala chali, miguu yao sita ikichezacheza hewani. Wengine, ambao walikuwa hawajafa bado, walikuwa wameshikwa na kichaa cha kuzungukazunguka, bila kwenda popote. Wengi wao walikuwa wamekufa *fofofo*.

"He! Ndugu yangu, kumepulizwa madawa hapa," Faragano alisema kwa sauti ya kawaida tu. Ni kama kwamba mkasa wa aina ile huuona mara kwa mara.

Kumbe Bwana Mtu bin Adamu alikuwa ametimiza ahadi yake. Alikuwa amenunua dawa ya kuangamiza wadudu. Kwa hasira, aliingia jikoni na kuwapulizia jamaa ya mende bila huruma.

"Usijali Kombamwiko, rafiki yangu. Mambo haya unayoyaona ni baraka kwangu mimi na wewe."

"Ni baraka!" alishangaa Kombamwiko. Alikuwa maishani mwake hajawahi kuona maafa ya kiwango kile. Na hapa kuna baradhuli anayesema, 'Mambo haya ni baraka kwetu!'

"Umelelewa wapi, Faragano wee?" Kombamwiko aliuliza na kuanza kulia kwa kwikwi.

"Wamekufa kwa njia ya ukatili mkubwa sana hawa ndugu zetu, na kwako wewe ni starehe, tena unaona ni baraka," Kombamwiko alisema kwa hali ya maombolezi.

"Hoho, huoni hawa ni wale wale wanene waliotushambulia tusije tukala mali yao? Na huoni kama wamekufa, wamekufa basi. Sasa sisi ndio wenyeji. Na kama Mkuu bin Wanene amekufa vilevile, basi mimi nitakuwa mkuu na wewe utakuwa makamu wangu."

"Sitaki kusikia mambo yako, shetani wee." Kombamwiko alijitupa chini na kugaagaa kwa maombolezi. Mambo yaliyomleta hapa ya kula, alikuwa amekwisha yasahau kabisa.

"Fanya upendavyo. Baada ya mchezo wako huo, tutaongea," Faragano alisema kwa kejeli.

Mara, ghafla, waliingia Bwana na Bi. Mtu bin Adamu. Walitupa macho hapa na pale na kuridhishwa na kazi yao ya kuwaangamiza mende.

"Bwanangu, naona kama wengine wangali hai. Muone yule jinsi anavyogaagaa," Bi. Mtu alisema.

"Kweli, Mke wangu. Hatimaye wote watakufa. Anagaagaa kwa sababu ya kuleweshwa na dawa. Hebu niilete nimpulizie ya kummaliza." Wakatoka nje wote wawili, mtu na mkewe, kuileta dawa zaidi. Hii ilimpa Faragano nafasi ya kumwokoa rafiki yake, Kombamwiko, kumwelekeza kwenye magazeti yaliyokuwa kando. Waliingia ndani kabisa na kujibanza mahali ambako dawa haingefika.

Mtu na mkewe waliporudi, walipuliza dawa zaidi na kuufunga mlango. Kwa bahati nzuri, Faragano na Kombamwiko walinusurika katika shambulio hili la pili, kwa ile namna walivyojificha.

Baada ya siku mbili, Kombamwiko na Faragano walikuwa bado wamejificha ndani ya magazeti. Kila walipojaribu kutoa vichwa vyao kusudi wakatafute chakula, Bwana Mtu na mkewe waliwapulizia dawa. Chakula chao cha mwisho kilikuwa kile walichokula wakati Faragano alipokuwa amepigwa rungu la kichwa. Njaa iliwauma vikali, wakaonekana wamekasirika kweli.

Kombamwiko alikuwa bado hajui tone la chai lina rangi gani, wala hajalionja. Alikuwa hajaramba chochote kati ya vyakula alivyosifiwa na Faragano.

"Njaa, nafa kwa njaa!" Kombamwiko alianza kulia.

"Nyamaza, ndugu yangu," Faragano alimtuliza, kwani hata yeye njaa ilimwuma kupindukia. Ingawa yeye alikuwa amezoea maisha ya hali hii, alikuwa hajawahi kufunga safari yenye balaa na mikasa mingi kama hii.

"Nitanyamaza mpaka lini?" Kombamwiko aliendelea kulia. "Ningelimsikiliza mama yangu, nisingelipatwa na taabu ya aina hii."

"Fanya hivi. Tafuna kipande kidogo cha gazeti, utapata nafuu. Mambo yakiwa shwari tutaenda kutafuta vyakula vilivyotuleta hapa."

Kombamwiko alisita. Faragano alipoona ya kwamba rafiki yake hamwamini, aliuma kipande cha gazeti, kama mfano na kukitafuna. Kombamwiko aliona hana budi ila kufuata mfano huo, angalau kutuliza tumbo lake. Wakati alipokuwa akitafuna gazeti, alianza kutubu makosa yake.

"Tulifunga safari hii, tukaepuka mikasa yote hiyo, tukanusurika kwa majaaliwa yake Mwenyezi Mungu, ili tuje hapa mjini kutafuna magazeti?" Kombamwiko aliuliza kama aliyeamka kutoka kwenye usingizi mzito wenye ndoto ya kutisha.

"Acha maswali mengi ...."

"Nyamaza!" Kombamwiko alimkatiza Faragano kwa hasira, huku mashavu yamejaa gazeti. Alimeza vipande kadhaa na kwa hakika tumbo lake lilianza kutulia kidogo.

"Kwa kupenda kwake Mungu, tuliepuka kuwa kitoweo cha kuku, tukamuepuka paka, tukanusirika katika vita vya Wanene, tukaepuka kuzama ndani ya uji mweusi, na sasa tuko hatarini ya kupuliziwa madawa....."

"Kombamwiko, bwana, *subira huvuta heri* hatimaye ...."

"Nyamaza!" Kombamwiko alikuwa hajakasirika kiasi hicho maishani mwake. Ilikuwa tabia yake kuwaambia watu wengine wanyamaze.

"Je, madhumuni ya kufunga safari ya mjini na kupambana na hatari zote hizo ni kuja kutafuna magazeti?" Kombamwiko aliuliza kwa hasira sawa na zile za mkizi.

Faragano alinyamaza tu, bila kumjibu Kombamwiko. Aliona ni kama vile kichaa kinamwingia Kombamwiko bin Mende wa mtaa wa Vichakani. Faragano aliona kuwa Kombamwiko, alivyokodoa macho na kutoa ukali, ni thibitisho kwamba ana kichaa. Kombamwiko aliendelea kumwangalia Faragano kwa macho makali, kama kwamba angelimtafuna.

"Nyama ya ng'ombe uliyonisifia iko wapi? Maji ya machungwa uliyonisifia yako wapi? Na kitumbua je, kiko wapi? Kaango za aina mbalimbali zenye vitunguu, chumvi na viungo vinginevyo, ziko wapi?" Eeh! nakuuliza?

"Mbona hukuniambia kuwa, mbali na vyakula hivyo vyote, itatubidi kula magazeti?"

Faragano alinyamaza kimya, hana la kusema. Kombamwiko alimwangalia Faragano kwa muda mrefu. Akaona kwamba Faragano ni mende wa kuhurumiwa, kwa sababu alikuwa amekonda, tena hana nguvu, ni kiunzi cha mende tu! Pengine kwa sababu ya kula magazeti!

Mara moja Kombamwiko aliona kwamba kilichomfanya kuja mjini ni tamaa ya vitu ambavyo alikuwa akiishi vyema bila ya kuvihitaji, huko kwao Vichakani. Akaanza kutamani majani aliyokuwa ameyazoea. Akakumbuka jinsi uyoga na mayai ya sisimizi yalivyokuwa matamu. Tena yalipatikana kwa urahisi, bila kuhatarisha maisha. Vilevile Kombamwiko aliwakumbuka wazazi wake, Bwana na Bibi Mende, na kuhuzunishwa na fikira za jinsi alivyowatesa kwa kuwaacha bila msaidizi.

Wazo la kurudi nyumbani lilitua kichwani mwake Kombamwiko, na mara moja, bila hata kumuaga Faragano, alianza kujikokota ili atoke magazetini. Alipoweza kuondoka kwenye magazeti, alitambaa polepole na kuingia ndani ya mfereji wa maji machafu. Aliendelea kutambaa ndani ya mfereji, hadi alipofika nje. Alisikia kwa mbali, Faragano akimsihi arudi, lakini alijifanya kuwa hasikii.

"Tone la chai, potelea mbali. Mkate potelea mbali. Wali, potelea mbali. Nyama, iwe ni ya punda au ng'ombe, na ipotelee mbali." Kombamwiko alikuwa ameishaamua kurudi nyumbani.

Kombamwiko alifuata njia ile ile waliyoitumia na Faragano. Lakini wakati huu alikuwa ameishaerevuka. Alijua namna ya kukwepa kuku, paka na hatari nyinginezo.

Njiani alikula uyoga, majani na mayai ya wadudu mbalimbali, hata nguvu zake zikaanza kumrudia. Alipofika kwao alikuwa mwenye nguvu, ingawa afya siyo ile ya zamani.

Wazazi wa Kombamwiko walifurahi sana kumwona. Walikuwa wanyonge sana kwa fikira na huzuni, kwani walifikiri kwamba mtoto wao alikuwa amepotea kabisa.

Baba na mama walimkumbatia, kila mmoja zamu yake na kutaka kujua kuhusu alikokuwa.

"Mwanangu, chakula kilichoko hapa leo ni mayai ya sisimizi, sijui kama utakila?" aliuliza mamake, alipokumbuka maneno ya Kombamwiko, kabla hajaenda safari yake.

"Lete yote, hata uyoga na matawi uliyonilea nayo," Kombamwiko alisema kwa mzaha. Wote waliangua kicheko.

"Kombamwiko, mwanangu," alisema Mzee Mende, huku mabega yake yakitikisika kwa kicheko, "Ingawa naona una miguu yako yote sita, kumbuka walivyosema wahenga."

Wote, Mzee na Bibi Mende na Kombamwiko walisema kwa pamoja,

"Asiyesikia la mkuu, huvunjika lake guu."

*   *   *

Siku hizi Kombamwiko ni mzee katika mtaa wa Vichakani. Baada ya kurudi nyumbani na kukaribishwa na wazazi wake, aliamua kuwasaidia na shughuli za nyumbani. Ni vigumu kueleza kwa kikamilifu jinsi walivyofurahishwa na kurudi kwake, hasa Bibi Mende.

Safari ya kurudi haikukosa vituko, visa na mikasa. Huenda Kombamwiko akatusimulia wakati mwingine. Kwa hivi sasa, Kombamwiko hataki kuizungumzia. Ukitaka hadithi, mwombe atoe ya 'Safari ya Kombamwiko'.

Jioni, baada ya kuandaliwa chakula na mkewe, Bi. Kombamwiko, vijukuu vyao huungana nao na kumsihi Kombamwiko awatolee hadithi.

"Mnataka hadithi ya Kaka Sungura leo?" Kombamwiko huuliza kwa mzaha.

"Hapana, Babu," wao hujibu kwa pamoja.

"Ya Kaka Bweha?"

"Hapana, Babu."

"Lo! Au mnataka Hekaya za Abunuwasi?"

"Hapana, Babu, tunataka hadithi ya Safari ya Kombamwiko!"

"Haya basi: Paukwa......," Kombamwiko huanza, kwani hata yeye huridhishwa sana na hadithi hii, hata ikawa asichoke kuirudia kila siku.